யாரோ ஒருவனுக்காக

யாரோ ஒருவனுக்காக

சுந்தர ராமசாமி (1931 - 2005)

தமிழின் முன்னோடி எழுத்தாளர்களில் ஒருவரான சுந்தர ராமசாமி நாகர்கோவிலில் பிறந்தார். பள்ளியில் மலையாளமும் ஆங்கிலமும் சமஸ்கிருதமும் கற்றார். 1951இல் 'தோட்டியின் மக'னைத் தமிழில் மொழிபெயர்த்ததே முதல் இலக்கியப் பணி. 1951இல் புதுமைப்பித்தன் நினைவு மலரை வெளியிட்டார். இவரது முதல் கதையான 'முதலும் முடிவும்' அதில் இடம்பெற்றது. மூன்று நாவல்களும் பல கட்டுரைகளும் சுமார் 60 சிறுகதைகளும், பசுவய்யா என்ற பெயரில் கவிதைகளும் எழுதினார். 1988இல் *காலச்சுவடு* இதழை நிறுவினார்.

சுந்தர ராமசாமிக்கு டொரொன்டோ (கனடா) பல்கலைக்கழகம் வாழ்நாள் இலக்கியச் சாதனைக்கான 'இயல்' விருதை (2001) வழங்கியது.

வாழ்நாள் இலக்கியப் பணிக்காகக் 'கதா சூடாமணி' விருதையும் (2003) பெற்றார்.

சுந்தர ராமசாமி 14.10.2005 அன்று அமெரிக்காவில் காலமானார்.

மனைவி: கமலா. குழந்தைகள்: தைலா, கண்ணன், தங்கு. (மூத்த மகள் சௌந்தரா 1996இல் காலமானார்.)

சுந்தர ராமசாமி

யாரோ ஒருவனுக்காக

காலச்சுவடு பதிப்பகம்

யாரோ ஒருவனுக்காக • கவிதைகள் • ஆசிரியர்: சுந்தர ராமசாமி •

• முதல் பதிப்பு: மே 1987 • காலச்சுவடு முதல் பதிப்பு: டிசம்பர் 2012 • வெளியீடு: காலச்சுவடு பப்ளிகேஷன்ஸ் (பி) லிட்., 669 கே. பி. சாலை, நாகர்கோவில் 629001 • கோட்டோவியங்கள்: ராஜசேகரன்.

காலச்சுவடு பதிப்பக வெளியீடு: 489

yaroo oruvanukkaaka • poems • Author: cuntara raamacaami •

• Language: Tamil • First Edition: May 1987 • Kalachuvadu First Edition: December 2012 • Size: Demy 1 x 8 • Paper: 18.6 kg maplitho • Pages: 64 • Copies: 550 + 50.

Published by Kalachuvadu Publications Pvt. Ltd., 669 K.P. Road, Nagercoil 629001, India • Phone: 91-4652-278525 • e-mail: publications@kalachuvadu.com • Line Drawings: Rajasekaran • Wrapper Printed at Print Specialities, Chennai 600 014 • Printed at Mani Offset, Chennai 600 005.

ISBN: 978-93-81969-44-1

12/2012/S.No. 489, kcp 874, 18.6 (1) 600

பொருளடக்கம்

நம்பிக்கை

தூரத் தொலைவில் அந்த நடையைக் கண்டேன்
அச்சு அசல் என் நண்பன்
மறைந்தவன் எப்படி இங்கு வரக்கூடுமெனத்
திடுக்கிட்டேன்

வேறு யாரோ

அப்படி எண்ணாதிருந்தால் அவனே வந்திருப்பான்.

வைகை 1977

சாத்திக் கிடக்கும் கதவுகள்

சாத்திக்கிடக்கும் சன்னல் கதவுகள்
சிக்கிக்கொள்ளும்
அவ்வப்போது திறக்காத தப்பு
இப்போது குத்து, உள்ளங்கையால்
பலம்கொண்டமட்டும்
மணிக்கட்டு நரம்புகள் விர்ரென்று தெறிக்கும்
குத்து
தெறிக்கும்
விடாதே
ஒரு உபகரணம் தேடியேனும் அதைத் திறந்துவிடு
வானத்தைப் பார்க்க உனக்குப் பல இடங்களுண்டு
வானம் உன் அறையைப் பார்க்க வேறு வழி
எதுவுமில்லை
சிக்கும் கதவுகளைத் திறந்துவிடு.

வைகை 1977

மீண்டும் மீண்டும்

மேகங்கள் வானத்தில் பறக்கும் நதி
இது சரிதான்

அப்போது இதன் நிறம் மிதப்பு மாற்றம்
இவற்றின் பொருள் என்ன?
சுதந்திரம்
கலப்பற்ற சுதந்திரம்

மண்ணுக்குத் தெரியும்
இன்று இல்லையெனில் நாளை அல்லது மறுநாள்
குளிர்ந்து துளித் துளியாய்த் தெறித்து
தன்மீது வரும் என்று

பின் கரைகள் –
இரு பக்கமும் ஒடுக்க ஒரு இடுக்கு யாத்திரை
நீர்த்தேக்கம் –

சிறைச்சாலையில் ஒரு நெடுந்தூக்கம்
தேர்வேது? குறியேது?
பள்ளம் கண்டால் பயணம்
கழிமுகம் சேர்ந்தால்
பூர்வஜென்மப் புன்னகைகள்
கொஞ்சம் உள்நின்றொளிரும்

கால்விலங்கு கைவிலங்குடன்
உழைத்து உபயோகப்பட்டு நாறிப்போனதும்
அதற்கு மறக்கும்
பின் கடலோடு கடல்

பின் மீண்டும்
வான வெளியில்
பறக்கும் நதி.

வைகை 1977

அதுதான்; ஆனாலும்

தன் வாழ்வின் நீட்சிக்கு
என் கூற்று
இறுதி முடிவாகையில்
என் முகம் பார்த்து ஏங்கும்
அது

மனவெளியில் விட்டு விட்டு
மின்னலாய்ப் பளிச்சிட்டு
நாவைத் தூண்டும்
அது

நானோ கூட்டி விழுங்கி
என் பக்கங்கள் நாலும் நிறுத்து
உண்மைதான் ஆனாலும் என
வித்தகம் கட்டத் தொடங்குகையில்
குலைந்து குற்றுயிராகிச் சரியும்
அது

இறகுகள் அறுந்த பறவைக்கு
ஜீவத் துடிப்பே இறகுகளாய்
உடல் கிழித்து வெளிப்பட்டதுபோல்
அப்போதும் பறக்கத் துடிக்கும்
அது

இது கண்டு
என்னையே நான் சபித்து
நாணிக் குறுகுவேன்

அந்த ‘ஆனால்’ இனி நான் போடும்போதேனும்
அறுந்து தொங்க வேண்டும் என் நாக்கு.

வைகை 1977

இல்லாதபோது வரும் நண்பன்

அந்த நண்பன்
இன்றும் அன்றுபோல்
துரதிருஷ்டவசமாக
நான் இல்லாதபோது
வந்திருக்கிறான்

அன்று
என் தலை நரைக்காத அந்தக் காலத்தில்
அவன் வந்தபோதும்
தன்னை யாரென்று சொல்லாமல் மறைந்தான்

தாடி மீசை
வேர்வையின் நாற்றம்
பின்னோக்கி இழுத்துக்கொண்டிருக்கும்
அழுக்கு ஜிப்பாப் பைகளில்
இரு கரங்களின் மறைவு
புழுதி படிந்த பாதங்கள்
சிகரெட் உதட்டில் தொங்கப் பேச்சு என்று
இன்றும்
அதையே ஒப்பித்தாள் மனைவி

மீண்டும் வந்தாலும் வருவேன் என்றானாம்
காத்திருக்கப் பொறுமை இருந்ததில்லையே என்றானாம்
பெயரென்ன முக்கியம் என்றானாம்

எனக்கோ பெயர்கள் முக்கியம்
முகங்கள் முக்கியம்
பொறுமையுடன் காத்திருக்கவும் நான் தயார்
என்றேனும் ஒரு நாள் அவன் வரட்டும்

அன்றேனும் நான் வீட்டில் இருக்க வேண்டும்
என் நரை அதன் திரையைப் போடாமல் இருக்க
வேண்டும்

அன்று வரையிலும்.

கொல்லிப்பாவை 1985

வாழும் கணங்கள்

மூளை நரம்பொன்று அறுந்து
ஒளிவெள்ளம் உள்ளே புகுந்தது
மனவெளியும் நிலவொளியில் குளிர
செவிப்பறை சுயமாய் அதிர
மண்ணில் ஒருபோதும் கேட்டிராத
ஓசை உவகைகள் எழும்பின
பாஷை உருகி ஓடிற்று
ஒரு சொல் மிச்சமில்லை
என் பிரக்ஞை திரவமாகி
பிரபஞ்சத்தின் சருமமாய்
நெடுகிலும் படர்ந்தது
ஒரு கணம்தான்
மறு கணம்
லாரியின் இரைச்சல்
எதிரே காலி நாற்காலி.

ழ 1978

இந்த நிழல்

எங்கிருந்து ஆரம்பிக்கிறது இந்த நிழல்?

பாதத்தின் விளிம்பிலிருந்துதானா?
அல்லது அதன் அடியிலிருந்தா?

பூமியில் காலூன்றி நிற்கும்போது
நிழல்மேல்தான் நிற்கிறோமா?

காலைத் தூக்கிப் பார்க்கலாம்தான்

அந்த யோசனையை நான் ஏற்கவில்லை
பூமியில் நிற்கும்போது
எங்கிருந்து ஆரம்பிக்கிறது இந்த நிழல்
என்பதுதான் எனக்குத் தெரியவேண்டும்.

ழ 1979

நாய்க் குரைப்பின் காலங்கள்

நாய்க் குரைப்பின் பொருள் எனக்குத் தெரியும்போது
என் பொருள் சிக்கலும் விடுபட்டுப்போகும்
என்னைச் சுற்றி சதா இந்த நாய்க் குரைப்பு
என் குடியிருப்பு அப்படி

நாய்க் குரைப்பின் பொருள்பற்றி நான்
யோசிப்பது ஏனெனில்
வேறெங்கும் பொருளற்ற தீவிரம் இப்படிப்
பீறிடுவதை நான் கண்டதில்லை

தன் உடலிலுள்ள ஒவ்வொரு அணுவையும் குவித்து
அடி வயிற்றை எக்கி
சூன்யத்தில் தலை தூக்கி
நாய்கள் குரைப்பதை நீங்களும் கவனித்திருப்பீர்கள்

நாய்களுக்கு அவற்றின் குரைப்பின் பொருளோ
பொருளின்மையோ தெரியும்போது
அவை எப்படிக் குரைக்கும்

குரைக்குமா?

ஒருசமயம் அவை குரைப்பதை விட்டு
வாலை மட்டும் ஆட்டிக்கொண்டிருக்கலாம்
அந்தக் காலம் இப்போதைவிடவும் நன்றாக இருக்கும்.

மையம் 1983

விருட்ச மனிதர்கள்

மரங்கள்போல் வாழ்வு என்று கிடைக்கும்?
மோனமும் அழகும் அங்கு கூடி நிற்கின்றன
கவலை இல்லை
விபத்தும் நோயும் வறுமையும் உண்டு
கவலை இல்லை

செடிகளின் வறுமையைப் பற்றி
யோசித்திருக்கிறோமா?
மிருகங்கள் பறவைகள் புழுக்கள் பூச்சிகள் செடிகள்
இவற்றின் துக்கங்களைப் பற்றி யோசித்திருக்கிறோமா?
இவற்றையும் சேர்த்து யோசிக்கும்போது
நம் கஷ்டங்கள் தீரும்

மனிதனுக்காக ஜீவன்கள்
அழிந்துகொண்டிருக்கும்வரையிலும்
'என்னை சந்தோஷமாக வை' என்று
மனிதன் எப்படி யாரிடம் கேட்க முடியும்?

மரங்கள் உன்னதமானவை
கம்பீரமான எளிமை
நிர்மலமான இதயம்
மேலே மேலே என்று செல்லும் அவா
சூரியக் கிரணங்களில் குளிப்பதில் மோகம்
மண்ணை எப்போதும் மறக்காத தன்மை
மௌனம்
மனிதர்கள் மரங்கள்போல் வாழும் காலம் வரும்.

மையம் 1984

பூர்த்தி பெறாத ஓவியம்

குகையின் உட்சுவரில்
பூர்த்தி பெறாத ஓவியம் ஒன்றைக் கண்டேன்
அதன் அழகு நாளத்தில் பாய்ந்து ஓடிற்று

ஸ்தம்பிப்பு

ஒளிப்பிழம்பொன்று சன்னமாய்
மிதக்கும் பன்னீர்க் கண்ணாடிக் கீற்றுகளாய்
அதன்மேல் பட்டுத் தெறிக்கிறது

யார் வரைந்தது இது?

முன் காலமொன்றில் நானே துவக்கி
என் கருப்பை கொள்ளாத அழகு பீறிட்டெழ
திடுக்கிட்டு விலகி ஓடியதாய்ப் பளிச்சிட்டது
பூர்த்தி செய்ய ஒருவன் வரக்கூடும் என்றேனும்
வாய் மட்டும் திறந்திருந்தால்
ஒளி எப்போதும் இருக்கும்.

ழ

காணாமற்போன கண்கள்

கைப்பிசகாய் எங்கு வைத்தேன் என் கண்களை
சில வினாடிகளுக்கு முன்கூட இருந்தனவே

நேற்று மாற்றிக்கொண்ட மூக்குக் கண்ணாடியின்
தங்கமுலாம் பூசிய
மெல்லிய
வலுவான
சட்டத்தின் ஒயில்பற்றி
என் முகத்திற்கு அது அப்பிய கம்பீரம்பற்றி
உரக்கச் சிரித்துவிட்டு
தந்திரமாய்
எங்கு மறைந்துகொண்டன அவை?

ஜன்னல் விளிம்புகளில்
தலையணையின் பின்பக்கம்
அகராதியின் உள்ளே
தட்டெழுத்துப் பொறியைச் சுற்றி
தடவிக்கொண்டிருக்கிறேன்
மீண்டும் மீண்டும் இந்த மூக்குக்கண்ணாடிதான்
விரல்களில் இடறுகிறது
கண்களைக் காணோம்.

கொல்லிப்பாவை 1985

ரிஷிமீது கவிழ்ந்த ஜுவாலை

அந்தி மயங்க அந்தகாரம் சூழ்ந்தது
குகை வாயிலில் தன் மூச்சால்
ஊதி ஊதி தீ வளர்த்தார் அந்த ரிஷி
ஹ ஹ ஹா என்றெழுந்தது ஜுவாலை

ஜுவாலையின் பேய்ப்பசிக்குப் பயந்து
குகைக்குள் சிதறி ஓடிய இருள்
போக்கிடமின்றிக் கற்சுவரில் மோதி
நெருப்பில் விழுந்து மடிந்தது

பரவசத்தில் களிநடம் புரிந்தார் ரிஷி
'துளியும் மிச்சமின்றி
அந்தகாரத்தை உண்டு மகிழ்' என்று
ஆர்ப்பரித்தார்

ஜுவாலை ரிஷியின்மீது கவிழ்ந்தது.

கொல்லிப்பாவை 1987

என்ன இது?

என்ன இது என்று எப்போதும் கேட்கிறேன்
உண்மையில் கேட்க நினைப்பது
என்னிடம் ஏன் இவ்வாறு நடந்துகொள்கிறீர்கள்
என்றுதான்

ஏன் இவ்வாறு நடந்துகொண்டீர் என்று
இனி எவ்வாறு நடந்துகொள்வீர் என்று

என்ன இது என்ன இது என்று எப்போதும் கேட்கிறேன்
உங்கள் முகங்களெதிரே வேறு எப்படிக் கேட்பது

நட்பே சுற்றமே உறவே சூழலே என்னை விட்டுவிடு
என்னை மறந்துவிடு
உங்கள் அன்புகளை என்னால் தாங்க முடியவில்லை
இப்போதும் மனிதன் உயர்ந்தவன் என்றும்
சமூகமே அவனை அழிக்கிறது என்றும்
சொல்லிவருகிறேன்

என் அனுபவம் பொய்க்கட்டும்
கனவு நிறைவேறட்டும்
மனிதர்கள் மீண்டும் குழந்தைகளாகும் கனவு.

கொல்லிப்பாவை 1985

பூக்கள் குலுங்கும் கனவு

அன்று — உன் திருமணத்தன்று — நீ நின்ற நிலை
ஏன் அந்தக் காட்சி என் மனத்தில்
இவ்வளவு ஆழமாகப் பதிந்திருக்கிறது
அலங்காரங்களின் வசீகரம்
உன் அருகே அந்த இளம் மீசை

காலமே! எதற்கு என்னை இங்கெல்லாம்
அழைத்துச் செல்கிறாய்?
என் உணர்வுகளில் நான் குழம்பிச் சரிகிறேனே

என்னருகே வெகுநாள் சின்னஞ்சிறு பெண்ணாக
இருந்த நீ
எவ்வாறு இவ்வளவு பெரிய கனவாய்ப் பந்தலில்
விரிந்தாய்
உன் கூந்தலில் முல்லைப் பூக்களின் குவியல்கள்
அவற்றுக்குத் தாயிடமிருந்து கிள்ளப்பட்ட விசனம்
இல்லையா
உன் நடையின் துள்ளலில் அவை பெறும் குதூகலம்
தாயிடமிருந்து அவை பெற்றதில்லையா

நான் அஸ்தமனத்தைப் பார்த்துக்கொண்டிருக்கும்போது
நீ முழு நிலவின் விளிம்பில் பரவசம் கொள்கிறாய்

ஒவ்வொரு நிமிஷமும் வாழ்வின் தேனை
வண்டைப்போல் உறிஞ்சு

ஆனால் ஒன்று
அந்தப் பாதை முடிவுறும் முன்னே என்றேனும் ஒரு
நாள்
அந்த இளம் மீசையிடம் என்னைப் பற்றியும்
கொஞ்சம் சொல்லு
உன் கடந்த காலங்களின் பழைய நினைவாய்.

கொல்லிப்பாவை 1985

இந்த வாழ்க்கை

இந்த நிமிஷம்வரையிலும் இருந்ததுபோல்
இனி என் வாழ்க்கை இராது என
ஒரு கோடி முறை எனக்குள் சொல்லிக்கொள்கிறேன்
என்ன பயன்?
என்னை நான் இகழ்ந்துகொண்டதைத் தவிர

நான் என் காலை வைக்க வேண்டிய படி எது?
நான் குலுக்க வேண்டிய கை
நான் அணைக்க வேண்டிய தோள்
நான் படிக்க வேண்டிய நூல்
நான் பணியாற்ற வேண்டிய இடம்
ஒன்றும் எனக்குத் தெரியவில்லை

இப்படி இருக்கிறது வாழ்க்கை.

கொல்லிப்பாவை 1985

பூர்த்தி செய்யாத இடம்

அவ்வப்போது படிவங்களுடன் உன் மேஜைமுன்
வருகிறேன்
ஒரு கணக்குத் திறக்க என்று சொல்லிக்கொண்டு
உன் எதிரே ஒரு நாற்காலி இருக்கிறதே அது யாருக்கு?
நீ சொன்னால் மட்டுமே அதில் அமரலாம் என
எண்ணியதில்
இன்றுவரை அதில் அமரவே இல்லை
ஏன் இந்தச் சிறு சந்தேகங்கள் என்றும்
ஏன் புரிந்துகொள்ளவில்லை என்றும் கேட்கிறாய்

எனக்குத் திக்கு என்றும்
பதற்றம் என்றும்
கை நடுக்கம் என்றும்
நீ நினைத்திருக்கக்கூடும்

எப்படிச் சொல்வது என்று எனக்குத் தெரியவில்லை
தனியாக இருக்கும்போது ஒரு சந்தர்ப்பத்திலேனும்
என் முகம் உன் நினைவில் வந்திருக்கிறதா?
உன்னிடம் நான் காட்டாத என் மனத்தின் ஒரு
படிவத்தில்
ஒரே ஒரு இடம் மட்டும் இன்னும் பூர்த்தி
செய்யவில்லை
அதில் உன் பெயரை எழுதிக்கொள்ளட்டுமா?

கொல்லிப்பாவை 1985

கடலுக்குத் தெரியாது

மனிதனின் சகல இருள்களும் ஒளிகளும் கடல் அறியும்
தன் உதரத்தில் தோன்றிய ஜீவனைத் தாய் அறிவாள்

எனினும் சூல்கொண்டபோது
களி நடனங்கள்
சாகசங்கள்
அதிசாமர்த்தியங்கள்
கரையில்
இப்படித் தாண்டித் தெறிக்கும் என்பது
அவளுக்குத் தெரியாது

இப்போது அலை உறுமலின் எச்சரிக்கைக் காலம்
கரையைக் கடலாக்குவது அவளுக்கு ஒரு
பொருட்டல்ல.

கொல்லிப்பாவை 1985

ஜாலச் சிவப்புகள்

உன் கண்களில் சிவப்பு இறங்கியிருக்கிறது
அந்தப் புகழ்பெற்ற
பார்வையில் பாய்ந்தோடித் தொற்றும்
கண்நோயின் முதல் ஜாலம் என்று நினைக்கிறேன்
தயவுசெய்து ஒதுங்கிப் போய்விடு
உன் கண்கள் உனக்குத் தெரிவதில்லை
பார்ப்பவர்களுக்கோ உறுத்துகிறது
கறுப்புக் கண்ணாடி அணிந்துகொள்
சொட்டு மருந்து ஊற்றிக்கொள்
இருட்டறையில் படுத்துக் கிட
சலிப்புத் தாங்கவில்லை எனில்
தியானம் செய்
மனிதனைப் பற்றி
சற்று உன்னைப் பற்றி
சிவப்பு நீங்கும்வரை
வெளியே வராதே
சக மனிதனுக்காக.

கொல்லிப்பாவை 1985

என் வெட்கம்

ஒரு மரத்திற்கு
அது விட்டிருக்கும் இலைகளின் எண்ணிக்கை
தெரியுமா?
வானம் என்ற கண்ணாடியில்
தன்னைப் பார்த்துக்கொள்ளும் அபிலாஷை அதற்கு
உண்டா?
மழை பெய்யும்போது என்ன நினைக்கிறது அது?
தன் குழந்தைகளைப் பறிக்கும் கரங்களைப் பற்றி
அதன் அபிப்பிராயம் என்ன?
நிலாக் காய்வதில் அதற்கு சந்தோஷம் உண்டா?
பறவைகளுக்கு என்ன சம்மதங்கள் அது
அளித்திருக்கிறது?
எனக்குத் தெரியவில்லை

வெட்கமாக இருக்கிறது எனக்கு.

கொல்லிப்பாவை 1985

இனி உன் கஷ்டத்தைப் புரிந்துகொள்ள முயல்வேன்

என்ன வருத்தம் உனக்கு என்று எனக்குத்
தெரியவில்லை
யாருக்கும் தெரியாமல் இந்த ரயிலடியில்
கண்களைத் துடைத்துக்கொள்கிறாய்
உன் உதடுகள் மிகக் கஷ்டமாகத் துடிக்கின்றன
தலைசீவக்கூட உனக்கு நாட்டமில்லாமல்
போய்விட்டது

உடை மாற்றவும்
பொட்டு இட்டுக்கொள்வதற்குங்கூட
என்ன ஆயிற்று?
நான் கவனிப்பதைக்
கவனித்து மிரளாதே
நான் உன் கஷ்டங்களின் மறுபக்கம்
கண்ணீரின் நீர்மை

புத்தி மோசத்தால்
ஏதேதோ பேசி
ஏதேதோ படித்து
ஏதேதோ எழுதிவிட்டேன்

கரகோஷம் கேட்டு விரியும் சிறகுகளைக்
கோதிக்கொண்டிருந்துவிட்டேன்
என்னை மன்னித்துவிடு

இனி உனக்காக
உன்னைப் புரிந்துகொள்ள
எழுதுகிறேன்.

கொல்லிப்பாவை 1985

எழுத்தின் ரகசியம்

பெண்ணே
உன் கடிதம்
எழுதுவது எப்படி என்று என்னைக் கேட்காதே
எழுது
அதுவே அதன் ரகசியம்

எழுது
எவர் முகமும் பாராமல்
உன் மனம் பார்த்து

உன் தாகம் தீர்க்க
நதியிலிருந்து நீரை
கைகளால் அள்ளுவதுபோல்
கண்டுபிடி உன் மன மொழியை

மார்புக் கச்சையை முற்றாக விலக்கி
காலக் குழந்தைகளுக்குப் பாலூட்டு

உனக்கும் உன் அனுபவங்களுக்கிடையே
ஆடைகளை முற்றாகக் களைந்து
அம்மணம் கொள்

புகை மூட்டத்தைப் புணர்ந்து
மெய்மையைப் பேரானந்தத்துடன் கருத்தரி

எழுதுவது எப்படி என்று என்னைக் கேட்காதே
எழுது
அதுவே அதன் ரகசியம்.

இனி 1986

தனுவச்சபுரம்

ரயில் இங்கு நிற்கும்போது
ஒவ்வொரு முறையும் யாரேனும் ஒருவர்
– அநேகமாக ஒரு வயோதிகர் –
உச்சரிப்புச் சுத்தத்துடன்
தனு வைத்த புரம் என்பார்
அன்று ஸ்ரீராமன்
தன் தனுவை வைத்த இடம் என்பார்

ராமன் தன் தனுவை ஏன் வைத்தான்
எப்படி அவனால் முடிந்தது
வில் முறிந்துபோயிற்றா
நாண் அறுந்துபோயிற்றா
சரம் தீர்ந்துபோயிற்றா

சரி
இந்த ஊரென்ன
இப்போது ஒவ்வொரு ஊருமே
தனு வைத்த புரம்தான்.

கொல்லிப்பாவை 1985

மின்விசிறிகள் சம்பந்தமாக ஒரு வருத்தம்

இந்த மின்விசிறிகளின் சுழற்சியில்
இவற்றின் விட்டம் அதிகரிக்க
வழியேதும் இல்லையென்பதை அறியும்போது
என் மனம் வருத்தம் கொள்கிறது

பூமியை ஒருபோதும் இவை ஸ்பரிசித்தது இல்லை
என நினைக்கும்போதும்
ஒருபோதும் இவை வானத்தைக் கண்டதில்லை
என எண்ணும்போதும்
வருத்தம் என் மனத்தைக் கவ்வுகிறது

இந்த மின்விசிறிகளின் சுழற்சியும் சரி ஓய்வும் சரி
இவற்றின் கையில் இல்லை என்பதை உணரும்போது
என் மனத்தில் சங்கடம் படர்கிறது

தாம் வேர்வை ஆற்றுபவர்கள்
யார் என்பதைக்கூட அறியாத
மின்விசிறிகள் இவை.

கொல்லிப்பாவை 1985

இளைப்பாற ஒரு உயிர்

ரயிலில் பயணச்சீட்டின்றி
நாடோடியாய் நான் அலைய ஆரம்பித்த பின்னர்
வளர்ந்த என் வெண்தாடி
தொப்புள் குழியை எட்டிவிட்டது
தங்கி இளைப்பாற ஒரு உயிர்
இன்னும் எனக்குக் கிடைத்தபாடில்லை

என்றாலும்
ஏதோ ஒரு ஸ்டேஷனில்
யாரோ ஒரு இளைஞன்
ஏனோ என்னிடம் இணக்கம் மிகக்கொள்ள விரும்பி
மௌனமாய் ரயிலடியில் நின்றபடி
குளிரூட்டும் பார்வையின் புன்னகை வற்புறுத்தல்களால்
என்னை அழைப்பான் என்ற நம்பிக்கையில்
என் சகல பிரியங்களையும் இப்போதைக்கு
இந்த ரயில்களுக்கு மட்டுமே தந்து
ஊர் ஊராய் அலைந்துகொண்டிருக்கிறேன்

என் தாடியோ என் தொப்புள் குழியை எட்டிவிட்டது.

கொல்லிப்பாவை 1985

இந்த உலகம்

வானம் வந்திறங்கும்போது இளைப்பாற
மேகத்தால் ஒரு கட்டில் செய்தேன்
காலை இளங்கதிர்களைக் கூட்டி
அவற்றின் ஒளியால் இசை செய்து
கட்டிலின் அருகே வைத்தேன்
விண்மீன்களை அள்ளியெடுத்து
தெருவெங்கும் இறைத்து வைத்தேன்

கடுந்தவத்தின் முடிவில்
வானம் வந்திறங்கிற்று
சயனிக்க வேணும் என்றேன்
கழிப்பறை எங்கே
என்று கேட்டது வானம்.

கொல்லிப்பாவை 1985

உன் கவிதையை நீ எழுது

உன் கவிதையை நீ எழுது
எழுது உன் காதல்கள் பற்றி கோபங்கள் பற்றி
எழுது உன் ரகசிய ஆசைகள் பற்றி
நீ அர்ப்பணித்துக்கொள்ள விரும்பும் புரட்சி பற்றி
எழுது
உன்னை ஏமாற்றும் போலிப் புரட்சியாளர்கள் பற்றி
எழுது
சொல்லும் செயலும் முயங்கி நிற்கும் அழகு பற்றி
எழுது
நீ போடும் இரட்டை வேடம் பற்றி எழுது
எல்லோரிடமும் காட்ட விரும்பும் அன்பைப் பற்றி
எழுது
எவரிடமும் அதைக் காட்ட முடியாமலிருக்கும்
தத்தளிப்பைப் பற்றி எழுது
எழுது உன் கவிதையை நீ எழுது
அதற்கு உனக்கு வக்கில்லை என்றால்
ஒன்று செய்
உன் கவிதையை நான் ஏன் எழுதவில்லை என்று
என்னைக் கேட்காமலேனும் இரு.

கொல்லிப்பாவை 1985

அடிவயிறு குளிரும் காலம்

பிரபஞ்சம் அதிர்ந்தது அன்று
கடல்கள் உறைந்தன பனிக்கட்டியாய்
ஜீவராசிகள் நெருக்குண்டு மரித்தன
மிதக்கும் உரிமையும் பிணங்கள் இழந்து
ஆழப் புதைந்தன அடிவயிற்றில்
மானுடம் திகைப்பில் குலைந்தது

எனினும்
என்றேனும் ஒரு நாள்
சூரியன் கரை இறங்கும்
கடலைத் தழுவிப் புணர
பனிக்கட்டி உருகி வழிந்தோட
ஆர்ப்பரித்தெழும் கடல் மீண்டும்
நம் அடிவயிறு அன்று குளிரும்.

கொல்லிப்பாவை 1985

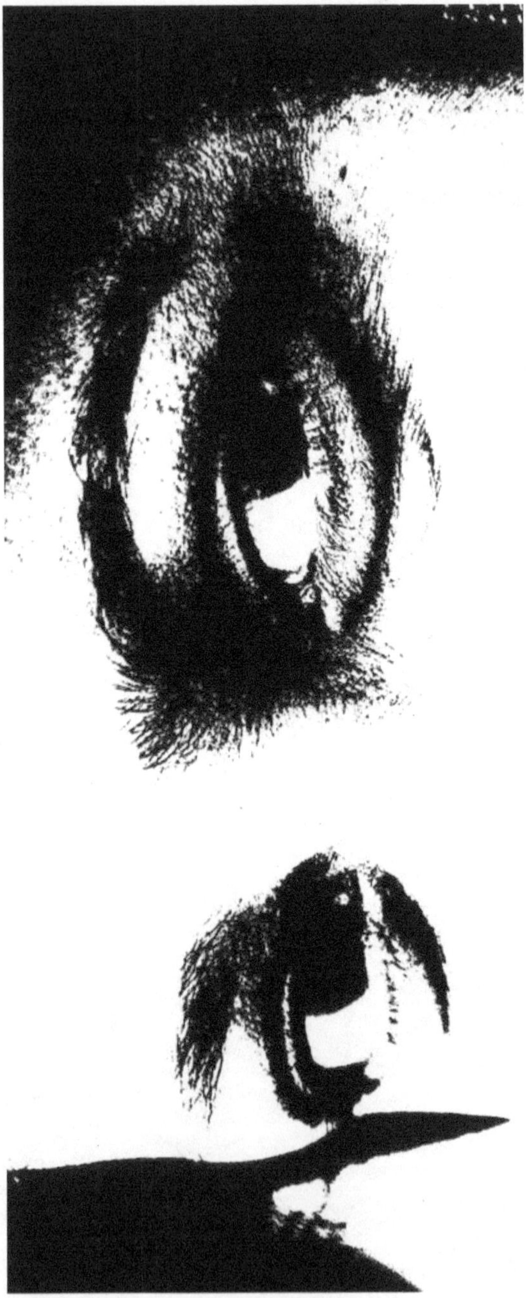

பதிவுகள் அழியும் காலம்

நான் பிறந்தபோது விட்ட முதல் மூச்சு
இந்தப் பெருவெளியில்
எங்கிருக்கும் என
என்னால் கூற இயலாது

என் ஜனனக் கத்தலின் அலை ஒலிகள்
இந்தப் பிரபஞ்ச வெளியில்
எங்கு உறைந்தன என
என்னால் கூற இயலாது

போகப் போக
(துரதிர்ஷ்டம் என்றுதான் கூற வேண்டும்)
சிறுகச் சிறுக நான் என் மூளையில் ஒட்டி
சிறுகச் சிறுக பிறருடை மூளைகளிலும்
நான் ஒட்ட ஆரம்பித்தபோது
சீரழியத் தொடங்கினேன்

என் முதல் மூச்சுப்போல்
என் முதல் அழுகைபோல்
என் சகல மூளை ஒட்டல்களும்
இந்தப் பெருவெளியில்
கரையும் காலத்துக்காகக் காத்திருத்தலே
சிறிது ஆறுதலை
எனக்குத் தந்துகொண்டிருக்கிறது.

கொல்லிப்பாவை 1985

என் மலரைத் தேடி

இப்போது தெரிகிறது
காலத்தின் கானல்
கடலோரம் கொதிக்கும் மணல் உறிஞ்சும்
நீரின் மறைவு

இப்போது தெரிகிறது
பாதைகளில் விரிந்து படரும் கிளைச் சிக்கல்கள்
என் பாதங்களைப் பின்தள்ளும் ஓட்டம்

இப்போது தெரிகிறது
இதுகாறும் நான் அணிந்தவை எதுவும்
என் ஆடைகள் அல்ல என்பது
சுமந்தவை யாரோ கருத்தரித்த சூன்யங்கள்

விழிப்புற்று வெறுமையின் களி எய்தி நிற்கையில்
சாயும் காலத்தின் நிழல்
நகர்ந்தோடி வருகிறது
என் பாதம் கவ்வ

காலமே சற்றுப் பொறு
வெட்ட வெளியிலிருந்து என் மலரை
இதோ விரைவில் பறித்துவிடுகிறேன்.

இனி 1986

தாகம்

எந்தத் தட்டில் இருக்கிறது என் இனிப்பு
காற்றில் எங்கு உறைந்திருக்கின்றன என் சுவாசங்கள்
என்று காயும் என் நிலவு
இன்னும் எனக்குத் தெரியவில்லை
என் திரி உறிஞ்சும் தைலமோ
வற்றிக்கொண்டிருக்கிறது

துணையே வருந்தாதே
என்னைத் தேடி வருகிறவர்களுக்கு
என் தாகத்தைப் பகிர்ந்து கொடு.

கொல்லிப்பாவை 1987

என் நினைவுச் சின்னம்

நான் விடைபெற்றுக்கொண்டுவிட்ட செய்தி
உன்னை வந்து எட்டியதும்
நண்ப
பதறாதே
ஒரு இலை உதிர்ந்ததற்கு மேல் எதுவும் அதில் இல்லை

இரங்கற் கூட்டம்போட ஆட்பிடிக்க அலையாதே
நம் கலாச்சாரத் தூண்களின்
தடித்தனங்களை எண்ணி
மனச்சோர்வில் ஆழ்ந்து கலங்காதே

நண்ப
சிறிது யோசித்துப்பார்
உலகெங்கும் கணந்தோறும்
இழப்பின் துக்கங்களில்
ஒரு கோடிக் கண்கள் கலங்குகின்றன
ஒரு கோடி நெஞ்சங்கள் குமுறி வெடிக்கின்றன

நண்ப
நீ அறிவாயா
உன் அடிச்சுவடு ஒவ்வொன்றிலும்
அழிகின்றன ஒரு கோடி உயிர்கள்

இருப்பினும்
நண்ப
ஒன்று மட்டும் செய்
என்னை அறியாத உன் நண்பனிடம்
ஓடோடிச் சென்று
கவிதையை எழுப்ப முயன்றுகொண்டிருந்தவன்
மறைந்துவிட்டான் என்று மட்டும் சொல்
இவ்வார்த்தைகளை நீ கூறும்போது
உன் கண்ணீர்
ஒரு சொட்டு
இந்த மண்ணில் உதிரும் என்றால்
போதும் எனக்கு.

கொல்லிப்பாவை 1987

நடுவழியில் மறித்த வயோதிகம்

வயோதிகம் மறித்தது நடுவழியில்
நான் காதலைத் தேடிச் சென்றுகொண்டிருந்தபோது
‘விடு என்னை
இப்போதுதான் உணர்ந்துகொண்டேன் காதலின்
அருமையை’
என்று அதன் காலில் விழுந்து கெஞ்சினேன்
‘சற்று முன்தான் நான் வயோதிகம்
இப்போதோ மரணம்’ என்று
என்னை இறுகத் தழுவிக்கொண்டது
அது.

கொல்லிப்பாவை 1987

அங்கு போக வழி

அங்கு போக வழி கேட்டு
நான் திணறிக்கொண்டிருந்தபோது
சிரித்துக் கை உதறி
சரி சரி என்று சொல்லிவிட்டு
நகர்ந்தார் பலர்

அங்கு போக நான் வழி கேட்டபோது
இங்கு போகத் தெரியும்
என்று சொன்னவர் பலர்
அங்கு போக அறிந்தவர்
ஒருவர் இருக்கக்கூடும் என்றாலும்
மனிதப் பிரவாகத்தில்
அந்த முகத்தைப் பொறுக்க
எனக்குத் தெரியவில்லை
என் மொழி புரிகிறவரை அனுமானிக்க
எனக்குத் தெரியவில்லை
பகலோ முடிந்துகொண்டும் போகிறது

இருப்பினும் யாரோ ஒருவன்
வாழும் பிடிவாதத்தில்
தன் இதயம் பொத்திக் காப்பவன்
தம் முகம் பார்க்கும்
முகம் பார்த்து மகிழ்பவன்
அறியத் துடித்து
அறிந்ததை அள்ளித் தருவதில்
ஆனந்தம் காண்பவன்
வழி சொல்லும் சாக்கில்
நட்பின் விதைகளை
இதமாய்த் தூவுபவன்
வரக்கூடும்
காத்திருக்க எனக்குப்
பொறுமை வேண்டும்
நிறைய.

கொல்லிப்பாவை 1987

வெட்கப்படாமல் துக்கப்படு

நண்ப
இளம் வயதில் நீ படித்த படிப்பு எனக்குத் தெரியும்
வாழ்வின் கோலங்கள் தெரியத் தெரிய
நீ நொந்துபோனதையும் நான் அறிவேன்
பின் துக்கம் வடியும் காலத்தைத்
தத்துவத்தின் எக்களிப்பில் நீ வர்ணித்தது
இன்றும் என் நினைவில் நிற்கிறது

நண்ப
வெயிலிலும் வறுமையிலும்
சோதனைகளின் நெருப்பிலும்
நீ வாடி வெதும்பியதையும்
நான் அறிவேன்

நண்ப
இப்போது என்னைப்போல்
நீயும் சோர்ந்து
நரையேறும் தலையைச்
சந்தேகங்களின் சாய்வு நாற்காலியில்
சாய்த்தாயிற்றா
மனச்சிக்கல்களின் இழைகளை
மூளையால் எண்ண முடியவில்லையே என்று
புலம்பி அழுகிறாயா

நண்ப
இந்த உண்மையை ஒருபோதும் மறக்காதே
நம் நண்பர்களின் பொய் வழிஅடைக்கும்
நம் துக்கம் விமோசனத்துக்கு இட்டுச்செல்லும்

நண்ப
வருந்தாதே
வெட்கப்படாமல் துக்கப்படு.

யாரோ ஒருவனுக்காக

பேசிக் கொதிக்க யாரோ ஒருவனை
எப்போதும் தேடிச் செல்கிறேன்
கண்டு
வழி மறித்து
'இந்தக் காலம்...' என்று நான் தொடங்கும்போது
அவன் நொடியில் மறைந்த திசை தெரியாது
அவன் முகமும் நினைவுகூர முடியாது விழிக்கிறேன்
யாரோ ஒருவன் வரக்கூடும் என
மீண்டும் காத்து
மனம் சலித்து
கிடைப்பதற்கரிய பெரியவன் சிக்கிய பெருமையில்
மீண்டும் நான் 'இந்தக் காலம்...' என்று
ஆரம்பிக்கையில்
அவன் நின்ற நிலையில் எப்படிக் கரைந்து
இந்த மண்ணே உறிஞ்சியதுபோல் மறைந்தான் என்பதை
எனக்குச் சொல்லத் தெரிவதில்லை
யாரோ ஒருவனிடம் பேச
அந்த யாரோ ஒருவனை எப்போதும் தேடி
தேடுபவனின் முகங்கூடத் தெரியாது
அவன் மூளை நரம்பில் என் ஜீவன் கரையும்போது
கூடும்,

கூடும் என நான் நம்பும்
ஒளியை இதுகாறும் காணாது
உவகையில் நெளியும் உதடுகளையும் ஒருபோதும்
காணாது

யாரோ ஒருவன் வரக்கூடும் என்று
இன்றுவரையிலும் வராத அவனுக்காகக்
காத்துக் கரைந்துகொண்டிருக்கிறேன்
அந்த யாரோ ஒருவன் வராத நேரத்திலும்
எனக்கு நானே பேசிக்கொள்வதில்
தவறில்லை என்று நினைக்கிறேன்
காற்றுடன் பேசுவதில்
தவறில்லை என்று நினைக்கிறேன்
உன்னதங்களும் உண்மைகளும்
அறிந்த காற்று அறியும் என் பேச்சு.
அதன் சேமிப்புக் கிடங்கில்
ஒலியின் அலைகள் ஒருபோதும் அழிவதில்லை

நாளை
நூற்றாண்டுகளுக்குப் பின்னர்
சதகோடி வருடங்களுக்குப் பின்னர்
அன்றேனும்
உனக்குத் தேவை என்றால்
காற்று உன்னிடம் கூறும்
நான் அதனிடம் கூறியவற்றை
அறிய ஆவலின் கருவியை
அன்றேனும் உன்னால்
கண்டுபிடிக்க முடிந்திருந்தால்.

கதவைச் சுண்டாதே தயவுசெய்து

நான் இங்கு இருக்கிறேன்
இங்கு
இச்சிறிய அறையில் சிறிய சன்னல் சிறிது வெளிச்சம்

தயவுசெய்து உன் ஆள்காட்டி விரலின் நகத்தால்
சாத்தியிருக்கும் என் கதவைச் சுண்டாதே
எனக்கு உன் ஓசைகள் தெரியும்
உன்னைத் தெரியும்
உன்னிடம் எவ்வளவு என்பது தெரியும்

என்ன உறக்கம் இன்னும் என்பாய்
தொழில் வரியைக் கட்டக் கடைசி நாள் கேட்பாய்
பங்குகள் சரிவதுபற்றி விசனமுடன் பேசுவாய்
தொலைபேசி எண் என்ன என்பாய்

கையாலாகாதவன் என என்னைச் சொல்லாமற்
சொல்லி
குற்ற உணர்ச்சியை ஒரு பெரும் பாரம்
சரித்துவிட்டுப் போவாய்

ஒரே ஒரு கவிதை
போதும் இந்த ஜென்மம் பொருள்பட என்பது என்
நம்பிக்கை
அதை எழுதிவிடக் காத்துக்கொண்டிருக்கிறேன்
உன் ஆள்காட்டி விரலின் நகத்தால் என் கதவைச்
சுண்டாதே
தயவுசெய்து.

கொல்லிப்பாவை 1985

ஒரு நிலவுக்குக் காத்திருத்தல்

இந்த வீட்டில் நான் குடியிருக்க விரும்பவில்லை
இந்தப் பாதைகளில் நடக்கவும் என்னால் முடிவதில்லை
இங்குக் காற்று சதா புழுதியைக்
கிளப்பிக்கொண்டிருக்கிறது
குழந்தைகள் மோசமாகச் சத்தமிடுகின்றன
பறவைகளின் மௌனம் என்னைச் சங்கடப்படுத்துகிறது
செடிகளோ மரங்களோ பூப்பதில்லை இங்கு

கடலோரம் அதிக தூரம் இல்லை என்றார்கள்
இரவு விடாது நடந்தால் விடியப் போய்ச்சேரலாம்
என்றார்கள்
நான் காத்துக்கொண்டிருக்கிறேன் இப்போது
ஒரு நிலவு நாளுக்கு.

கொல்லிப்பாவை 1985

www.ingramcontent.com/pod-product-compliance
Lightning Source LLC
LaVergne TN
LVHW100337181026
850499LV00039B/1120
* 9 7 8 9 3 8 1 9 6 9 4 4 1 *